FAST ONE-MINUTE
GRATITUDE
JOURNAL

This Journal Belongs to

_____

Today, Say Thanks...

To give is to receive... that's the mantra of this gratitude journal. It's not necessarily that you *only* want to receive. It's that you step back from the hustle and bustle of daily life to give thanks for what you do have. This act will open the door to receiving more.

The Fast Task...

Commit to writing in the journal for one minute of every day. Ponder what you have and what you'd like to keep. Is it a loved one? A career? A pet? An item? Write how much you appreciate these aspects of your life. Once you give gratitude for what you love, you'll begin to see an abundance of new things to appreciate... and those things will find you as well.

Date: _____ / _____ / _____

Today, I am grateful for...

_____

_____

_____

_____

_____

"Acknowledging the good that you already have in your life is the foundation for all abundance."
–Eckhart Tolle

Date: _____ / _____ / _____

Today, I am grateful for...

_____

_____

_____

_____

_____

Date: _____/ _____/ _____

Today, I am grateful for...

Date: _____/ _____/ _____

Today, I am grateful for...

Date: _____/_____/_____

Today, I am grateful for...

_____

_____

_____

_____

_____

*"No one who achieves success does so without the help of others.
The wise and confident acknowledge this help with gratitude."*
–Alfred North Whitehead

Date: _____/_____/_____

Today, I am grateful for...

_____

_____

_____

_____

_____

Date: _____ / _____ / _____

Today, I am grateful for...

Date: _____ / _____ / _____

Today, I am grateful for...

Date: _____ / _____ / _____

Today, I am grateful for...

Date: _____ / _____ / _____

Today, I am grateful for...

Date: _____/ _____/ _____

Today, I am grateful for...

_____

_____

_____

_____

_____

_____

Date: _____/ _____/ _____

Today, I am grateful for...

_____

_____

_____

_____

_____

_____

Date: _____ / _____ / _____

Today, I am grateful for...

_____

_____

_____

_____

_____

Date: _____ / _____ / _____

Today, I am grateful for...

_____

_____

_____

_____

_____

Date: _____ / _____ / _____

Today, I am grateful for...

_____

_____

_____

_____

_____

_____

Date: _____ / _____ / _____

Today, I am grateful for...

_____

_____

_____

_____

_____

Date: _____/ _____/ _____

Today, I am grateful for...

_____

_____

_____

_____

_____

"The way to develop the best that is in a person is by appreciation and encouragement."
–Charles Schwab

Date: _____/ _____/ _____

Today, I am grateful for...

_____

_____

_____

_____

_____

Date: _____/ _____/ _____

Today, I am grateful for...

_____

_____

_____

_____

_____

_____

Date: _____/ _____/ _____

Today, I am grateful for...

_____

_____

_____

_____

_____

_____

Date: ____/____/_____

Today, I am grateful for...

_____

_____

_____

_____

_____

_____

Date: ____/____/_____

Today, I am grateful for...

_____

_____

_____

_____

_____

_____

Date: ____ / ____ / _____

Today, I am grateful for...

Date: ____ / ____ / _____

Today, I am grateful for...

Date: ____ / ____ / _____

Today, I am grateful for...

Date: ____ / ____ / _____

Today, I am grateful for...

Date: _____ / _____ / _____

Today, I am grateful for...

Date: _____ / _____ / _____

Today, I am grateful for...

Date: _____ / _____ / _____

Today, I am grateful for...

_____

_____

_____

_____

_____

_____

Date: _____ / _____ / _____

Today, I am grateful for...

_____

_____

_____

_____

_____

_____

Date: _____ / _____ / _____

Today, I am grateful for...

_____

_____

_____

_____

_____

_____

Date: _____ / _____ / _____

Today, I am grateful for...

_____

_____

_____

_____

_____

Date: _____/_____/_____

Today, I am grateful for...

_____

_____

_____

_____

_____

"Gratitude and attitude are not challenges; they are choices."
–Robert Braathe

Date: _____/_____/_____

Today, I am grateful for...

_____

_____

_____

_____

_____

Date: _____ / _____ / _____

Today, I am grateful for...

_____
_____
_____
_____
_____

Date: _____ / _____ / _____

Today, I am grateful for...

_____
_____
_____
_____
_____

Date: _____ / _____ / _____

Today, I am grateful for...

_____
_____
_____
_____
_____

Date: _____ / _____ / _____

Today, I am grateful for...

_____
_____
_____
_____
_____

Date: _____ / _____ / _____

Today, I am grateful for...

Date: _____ / _____ / _____

Today, I am grateful for...

Date: _____ / _____ / _____

Today, I am grateful for...

_____

_____

_____

_____

_____

Date: _____ / _____ / _____

Today, I am grateful for...

_____

_____

_____

_____

_____

Date: _____ / _____ / _____

Today, I am grateful for...

_____

_____

_____

_____

_____

_____

Date: _____ / _____ / _____

Today, I am grateful for...

_____

_____

_____

_____

_____

Date: _____ / _____ / _____

Today, I am grateful for...

_____

_____

_____

_____

_____

Date: _____ / _____ / _____

Today, I am grateful for...

_____

_____

_____

_____

_____

Date: _____ / _____ / _____

Today, I am grateful for...

Date: _____ / _____ / _____

Today, I am grateful for...

Date: ____ / ____ / _____

Today, I am grateful for...

_____

_____

_____

_____

_____

_____

"This a wonderful day. I've never seen this one before."
–Maya Angelou

Date: ____ / ____ / _____

Today, I am grateful for...

_____

_____

_____

_____

_____

_____

Date: _____ / _____ / _____

Today, I am grateful for...

_____

_____

_____

_____

_____

_____

Date: _____ / _____ / _____

Today, I am grateful for...

_____

_____

_____

_____

_____

Date: _____ / _____ / _____

Today, I am grateful for...

_____

_____

_____

_____

_____

_____

Date: _____ / _____ / _____

Today, I am grateful for...

_____

_____

_____

_____

_____

_____

Date: _____ / _____ / _____

Today, I am grateful for...

Date: _____ / _____ / _____

Today, I am grateful for...

Date: _____ / _____ / _____

Today, I am grateful for...

_____
_____
_____
_____
_____
_____

Date: _____ / _____ / _____

Today, I am grateful for...

_____
_____
_____
_____
_____
_____

Date: _____/ _____/ _____

Today, I am grateful for...

_____

_____

_____

_____

_____

_____

Date: _____/ _____/ _____

Today, I am grateful for...

_____

_____

_____

_____

_____

Date: _____ / _____ / _____

Today, I am grateful for...

_____

_____

_____

_____

_____

_____

Date: _____ / _____ / _____

Today, I am grateful for...

_____

_____

_____

_____

_____

_____

Date: _____ / _____ / _____

Today, I am grateful for...

_____

_____

_____

_____

_____

_____

Date: _____ / _____ / _____

Today, I am grateful for...

_____

_____

_____

_____

_____

Date: _____ / _____ / _____

Today, I am grateful for...

_____

_____

_____

_____

_____

"In life, one has a choice to take one of two paths: to wait for some special day – or to celebrate each special day."
–Rasheed Ogunlaru

Date: _____ / _____ / _____

Today, I am grateful for...

_____

_____

_____

_____

_____

Date: _____ / _____ / _____

Today, I am grateful for...

Date: _____ / _____ / _____

Today, I am grateful for...

Date: _____ / _____ / _____

Today, I am grateful for...

_____
_____
_____
_____
_____
_____

Date: _____ / _____ / _____

Today, I am grateful for...

_____
_____
_____
_____
_____
_____

Date: _____ / _____ / _____

Today, I am grateful for...

_____

_____

_____

_____

_____

_____

Date: _____ / _____ / _____

Today, I am grateful for...

_____

_____

_____

_____

_____

Date: _____/ _____/ _____

Today, I am grateful for...

_____

_____

_____

_____

_____

_____

Date: _____/ _____/ _____

Today, I am grateful for...

_____

_____

_____

_____

_____

Date: _____/_____/_____

Today, I am grateful for...

_____

_____

_____

_____

_____

_____

Date: _____/_____/_____

Today, I am grateful for...

_____

_____

_____

_____

_____

Date: _____ / _____ / _____

Today, I am grateful for...

_____

_____

_____

_____

_____

_____

Date: _____ / _____ / _____

Today, I am grateful for...

_____

_____

_____

_____

_____

_____

Date: _____ / _____ / _____

Today, I am grateful for...

_____

_____

_____

_____

_____

Date: _____ / _____ / _____

Today, I am grateful for...

_____

_____

_____

_____

_____

Date: _____ / _____ / _____

Today, I am grateful for...

_____

_____

_____

_____

_____

"When I started counting my blessings, my whole life turned around."
–Willie Nelson

Date: _____ / _____ / _____

Today, I am grateful for...

_____

_____

_____

_____

_____

Date: _____ / _____ / _____

Today, I am grateful for...

_____

_____

_____

_____

_____

_____

Date: _____ / _____ / _____

Today, I am grateful for...

_____

_____

_____

_____

_____

Date: _____ / _____ / _____

Today, I am grateful for...

_____
_____
_____
_____
_____
_____
_____

Date: _____ / _____ / _____

Today, I am grateful for...

_____
_____
_____
_____
_____
_____

Date: _____ / _____ / _____

Today, I am grateful for...

_____
_____
_____
_____
_____

Date: _____ / _____ / _____

Today, I am grateful for...

_____
_____
_____
_____
_____

Date: _____ / _____ / _____

Today, I am grateful for...

_____

_____

_____

_____

_____

Date: _____ / _____ / _____

Today, I am grateful for...

_____

_____

_____

_____

_____

Date: ____/ ____/ _____

Today, I am grateful for...

Date: ____/ ____/ _____

Today, I am grateful for...

Date: _____ / _____ / _____

Today, I am grateful for...

_____

_____

_____

_____

_____

_____

Date: _____ / _____ / _____

Today, I am grateful for...

_____

_____

_____

_____

_____

Date: _____ / _____ / _____

Today, I am grateful for...

_____

_____

_____

_____

_____

_____

Date: _____ / _____ / _____

Today, I am grateful for...

_____

_____

_____

_____

_____

Date: _____ / _____ / _____

Today, I am grateful for...

_____

_____

_____

_____

_____

"The deepest craving of human nature is the need to be appreciated."
–William James

Date: _____ / _____ / _____

Today, I am grateful for...

_____

_____

_____

_____

_____

Date: _____ / _____ / _____

Today, I am grateful for...

_____

_____

_____

_____

_____

_____

Date: _____ / _____ / _____

Today, I am grateful for...

_____

_____

_____

_____

_____

Date: ____ / ____ / _____

Today, I am grateful for...

_____

_____

_____

_____

_____

Date: ____ / ____ / _____

Today, I am grateful for...

_____

_____

_____

_____

_____

Date: _____ / _____ / _____

Today, I am grateful for...

_____

_____

_____

_____

_____

_____

Date: _____ / _____ / _____

Today, I am grateful for...

_____

_____

_____

_____

_____

Date: _____ / _____ / _____

Today, I am grateful for...

_____

_____

_____

_____

_____

Date: _____ / _____ / _____

Today, I am grateful for...

_____

_____

_____

_____

_____

Date: _____/ _____/ _____

Today, I am grateful for...

_____

_____

_____

_____

_____

_____

Date: _____/ _____/ _____

Today, I am grateful for...

_____

_____

_____

_____

_____

Date: _____ / _____ / _____

Today, I am grateful for...

_____

_____

_____

_____

_____

Date: _____ / _____ / _____

Today, I am grateful for...

_____

_____

_____

_____

_____

Date: ____ / ____ / _____

Today, I am grateful for...

Date: ____ / ____ / _____

Today, I am grateful for...

Date: ____/ ____/ _____

Today, I am grateful for...

_____
_____
_____
_____
_____
_____

"Feeling gratitude and not expressing it is like wrapping a present and not giving it."
–William Arthur Ward

Date: ____/ ____/ _____

Today, I am grateful for...

_____
_____
_____
_____
_____
_____

Date: _____ / _____ / _____

Today, I am grateful for...

_____

_____

_____

_____

_____

Date: _____ / _____ / _____

Today, I am grateful for...

_____

_____

_____

_____

_____

Date: _____/_____/_____

Today, I am grateful for...

_____
_____
_____
_____
_____

Date: _____/_____/_____

Today, I am grateful for...

_____
_____
_____
_____
_____

Date: _____ / _____ / _____

Today, I am grateful for...

Date: _____ / _____ / _____

Today, I am grateful for...

Date: _____ / _____ / _____

Today, I am grateful for...

_____

_____

_____

_____

_____

_____

Date: _____ / _____ / _____

Today, I am grateful for...

_____

_____

_____

_____

_____

Date: _____ / _____ / _____

Today, I am grateful for...

_____

_____

_____

_____

_____

_____

Date: _____ / _____ / _____

Today, I am grateful for...

_____

_____

_____

_____

_____

Date: _____ / _____ / _____

Today, I am grateful for...

_____

_____

_____

_____

_____

_____

Date: _____ / _____ / _____

Today, I am grateful for...

_____

_____

_____

_____

_____

_____

Date: _____ / _____ / _____

Today, I am grateful for...

_____

_____

_____

_____

_____

Date: _____ / _____ / _____

Today, I am grateful for...

_____

_____

_____

_____

_____

Date: _____ / _____ / _____

Today, I am grateful for...

_____

_____

_____

_____

_____

_____

"Gratitude also opens your eyes to the limitless potential of the universe, while dissatisfaction closes your eyes to it."
–Stephen Richards

Date: _____ / _____ / _____

Today, I am grateful for...

_____

_____

_____

_____

_____

_____

Date: _____ / _____ / _____

Today, I am grateful for...

Date: _____ / _____ / _____

Today, I am grateful for...

Date: _____/_____/_____

Today, I am grateful for...

_____

_____

_____

_____

_____

_____

Date: _____/_____/_____

Today, I am grateful for...

_____

_____

_____

_____

_____

_____

Date: _____ / _____ / _____

Today, I am grateful for...

Date: _____ / _____ / _____

Today, I am grateful for...

Date: ____ / ____ / _____

Today, I am grateful for...

Date: ____ / ____ / _____

Today, I am grateful for...

Date: _____/ _____/ _____

Today, I am grateful for...

_____

_____

_____

_____

_____

_____

Date: _____/ _____/ _____

Today, I am grateful for...

_____

_____

_____

_____

_____

Date: _____ / _____ / _____

Today, I am grateful for...

_____

_____

_____

_____

_____

Date: _____ / _____ / _____

Today, I am grateful for...

_____

_____

_____

_____

_____

Date: _____/ _____/ _____

Today, I am grateful for...

_____

_____

_____

_____

_____

Date: _____/ _____/ _____

Today, I am grateful for...

_____

_____

_____

_____

_____

Date: _____ / _____ / _____

Today, I am grateful for...

_____

_____

_____

_____

_____

"Gratitude turns what we have into enough, and more."
–Anonymous

Date: _____ / _____ / _____

Today, I am grateful for...

_____

_____

_____

_____

_____

Date: _____ / _____ / _____

Today, I am grateful for...

_____

_____

_____

_____

_____

Date: _____ / _____ / _____

Today, I am grateful for...

_____

_____

_____

_____

_____

Date: _____/ _____/ _____

Today, I am grateful for...

_____

_____

_____

_____

_____

Date: _____/ _____/ _____

Today, I am grateful for...

_____

_____

_____

_____

_____

Date: _____/ _____/ _____

Today, I am grateful for...

Date: _____/ _____/ _____

Today, I am grateful for...

Date: _____ / _____ / _____

Today, I am grateful for...

_____

_____

_____

_____

_____

Date: _____ / _____ / _____

Today, I am grateful for...

_____

_____

_____

_____

_____

Date: ____ / ____ / _____

Today, I am grateful for...

_____

_____

_____

_____

_____

Date: ____ / ____ / _____

Today, I am grateful for...

_____

_____

_____

_____

_____

Date: _____ / _____ / _____

Today, I am grateful for...

_____

_____

_____

_____

_____

Date: _____ / _____ / _____

Today, I am grateful for...

_____

_____

_____

_____

_____

Date: _____/ _____/ _____

Today, I am grateful for...

_____

_____

_____

_____

_____

Date: _____/ _____/ _____

Today, I am grateful for...

_____

_____

_____

_____

_____

Date: _____ / _____ / _____

Today, I am grateful for...

_____

_____

_____

_____

_____

"In ordinary life, we hardly realize that we receive a great deal more than we give, and that it is only with gratitude that life becomes rich."
–Dietrich Bonhoeffer

Date: _____ / _____ / _____

Today, I am grateful for...

_____

_____

_____

_____

_____

Date: _____ / _____ / _____

Today, I am grateful for...

_____
_____
_____
_____
_____
_____

Date: _____ / _____ / _____

Today, I am grateful for...

_____
_____
_____
_____
_____

Date: _____ / _____ / _____

Today, I am grateful for...

_____

_____

_____

_____

_____

_____

Date: _____ / _____ / _____

Today, I am grateful for...

_____

_____

_____

_____

_____

_____

Date: _____ / _____ / _____

Today, I am grateful for...

Date: _____ / _____ / _____

Today, I am grateful for...

Date: _____ / _____ / _____

Today, I am grateful for...

_____

_____

_____

_____

_____

_____

Date: _____ / _____ / _____

Today, I am grateful for...

_____

_____

_____

_____

_____

_____

Date: ____/ ____/ _____

Today, I am grateful for...

Date: ____/ ____/ _____

Today, I am grateful for...

Date: _____ / _____ / _____

Today, I am grateful for...

_____
_____
_____
_____
_____
_____

Date: _____ / _____ / _____

Today, I am grateful for...

_____
_____
_____
_____
_____
_____

Date: ____ / ____ / _____

Today, I am grateful for...

_____

_____

_____

_____

_____

Date: ____ / ____ / _____

Today, I am grateful for...

_____

_____

_____

_____

_____

Date: _____/_____/_____

Today, I am grateful for...

_____

_____

_____

_____

_____

Thankfulness may consist merely of words.
Gratitude is shown in acts."
–Henri Frederic Amiel

Date: _____/_____/_____

Today, I am grateful for...

_____

_____

_____

_____

_____

Date: _____ / _____ / _____

Today, I am grateful for...

Date: _____ / _____ / _____

Today, I am grateful for...

Date: ____/ ____/ _____

Today, I am grateful for...

_____

_____

_____

_____

_____

_____

Date: ____/ ____/ _____

Today, I am grateful for...

_____

_____

_____

_____

_____

_____

Date: ____/____/_____

Today, I am grateful for...

Date: ____/____/_____

Today, I am grateful for...

Date: _____ / _____ / _____

Today, I am grateful for...

_____

_____

_____

_____

_____

Date: _____ / _____ / _____

Today, I am grateful for...

_____

_____

_____

_____

_____

Date: _____/_____/_____

Today, I am grateful for...

_____
_____
_____
_____
_____
_____

Date: _____/_____/_____

Today, I am grateful for...

_____
_____
_____
_____
_____

Date: ____ / ____ / _____

Today, I am grateful for...

_____

_____

_____

_____

_____

Date: ____ / ____ / _____

Today, I am grateful for...

_____

_____

_____

_____

_____

Date: _____/ _____/ _____

Today, I am grateful for...

_____

_____

_____

_____

_____

_____

Date: _____/ _____/ _____

Today, I am grateful for...

_____

_____

_____

_____

_____

Date: _____ / _____ / _____

Today, I am grateful for...

_____

_____

_____

_____

_____

_____

"Gratitude is a powerful catalyst for happiness. It's the spark that lights a fire of joy in your soul."
–Amy Collette

Date: _____ / _____ / _____

Today, I am grateful for...

_____

_____

_____

_____

_____

_____

Date: _____/ _____/ _____

Today, I am grateful for...

Date: _____/ _____/ _____

Today, I am grateful for...

Date: _____ / _____ / _____

Today, I am grateful for...

_____

_____

_____

_____

_____

Date: _____ / _____ / _____

Today, I am grateful for...

_____

_____

_____

_____

_____

Date: _____ / _____ / _____

Today, I am grateful for...

Date: _____ / _____ / _____

Today, I am grateful for...

Date: _____/ _____/ _____

Today, I am grateful for...

_____

_____

_____

_____

_____

"Gratitude is the fairest blossom which springs from the soul."
–Henry Ward Beecher

Date: _____/ _____/ _____

Today, I am grateful for...

_____

_____

_____

_____

_____

Date: _____ / _____ / _____

Today, I am grateful for…

_____

_____

_____

_____

_____

Date: _____ / _____ / _____

Today, I am grateful for…

_____

_____

_____

_____

_____

Date: _____ / _____ / _____

Today, I am grateful for...

_____

_____

_____

_____

_____

Date: _____ / _____ / _____

Today, I am grateful for...

_____

_____

_____

_____

_____

Date: _____ / _____ / _____

Today, I am grateful for...

_____

_____

_____

_____

_____

_____

Date: _____ / _____ / _____

Today, I am grateful for...

_____

_____

_____

_____

_____

Date: _____/ _____/ _____

Today, I am grateful for...

> "I would maintain that thanks are the highest form of thought, and that gratitude is happiness doubled by wonder."
> **–Gilbert C. Chesterton**

Date: _____/ _____/ _____

Today, I am grateful for...

Date: _____ / _____ / _____

Today, I am grateful for...

_____

_____

_____

_____

_____

_____

Date: _____ / _____ / _____

Today, I am grateful for...

_____

_____

_____

_____

_____

Date: ____ / ____ / _____

Today, I am grateful for...

_____

_____

_____

_____

_____

"Joy is the simplest form of gratitude."
–Karl Barth

Date: ____ / ____ / _____

Today, I am grateful for...

_____

_____

_____

_____

_____

Date: _____/ _____/ _____

Today, I am grateful for...

Date: _____/ _____/ _____

Today, I am grateful for...

Made in the USA
Columbia, SC
16 July 2019